MGA HUBAD NA ANINO: Kalipunan ng mga Kuwentong Barberso

Kelvin G. Lansang

Ukiyoto Publishing

All global publishing rights are held by

Ukiyoto Publishing

Published in 2022

ISBN 9789357145602

www.ukiyoto.com

PARA KAY LILA:

at sa bawat oda na akin pang malilikha
sa ngalan ng wagas kong pagsinta.

Contents

Bartolina: Sinapupunan ng Tadhana

iniri ako ng tadhana
iniluwal ng pagkakataon
ipinaglihi ng sandali;
sa mga hubad na panaghoy
sa mga alaalang bago kong nakilala
sa mga salamisim na mapait at mapakla-
bunga ng hindi inaasahang pagkikita
ako at siya;
magkasalo
magkasama
sa isang kontrata.

tumuntong sa entabadong kulay pula
na narerehasan at puno ng tanikala;
ang pinakahihintay ng adonis na madla
lumaglag nang tuluyan ang aking panga
ang indayog ng kanyang balakang ay kakaiba-
napapunas ako ng pawis sa mukha
at sarili'y aking inusisa:

Ano nga ba ang mayroon sa kanya?
Ako ay naakit lang ba
o sadyang sa kanya ay may kakaiba?

ang pinakamatandang mananayaw
sa Bartolina;
sa edad na tatlumpu't dalawa
ay nananatiling kaiga-igaya!

kaya't nang ako ay muling kinalabit
hindi na ako nagdalawang-isip;
malinaw ang mensahe-
ng mga mata naming nagkahagip
natapos na ang kanyang huling sayaw
at natagpuan ko ang aking sarili:
kaharap siya at kaulayaw-
ang pinakamatandang mananayaw sa Bartolina
na ang edad ay tatlumpu't dalawa;
kapiling ng lalabingwalong taunin na binata
'nagnenegosasyon'
sa isang kontrata;

sa isang kontrata
kung saan malaya akong:

haplusin ang kanyang kaluluwa;
himurin ang kanyang pagkatao;
ulusin ang kanyang pagkakakilanlan;
bayuhin ang kanyang damdamin; at
laruin ang kanyang mga alaala--

sa loob ng silid na iyon
sa unang pagkakataon;
nalaman ko ang pagkakaiba
ng langit at impyerno
nakilala ko-
ang lantad at tagong katauhan
ng mga anghel at demonyo
nang siniil ko na siya ng halik;
wala na akong pakialam

malapit na ako!
malapit na ako!
malapit na ako!

at matapos kong pagparausan
ang pinakamatandang mananayaw
sa Bartolina
na ang edad ay tatlumpu't dalawa;
ako na lalabingwalong taunin na binata
ay naluha
at sa ulirat ay nawala-

nang pinulot ko
ang nalaglag na pitaka
ng matandang puta

at ako;
si Conrado Reyes Jr.

anak sa labas
ni Conrado Reyes Sr.

sa isang puta

ay napaputang-ina;
sapagkat sa wakas
nahanap ko na rin at nakilala

sa sinapupunan ng Bartolina—

si Tessa Advincula.

Yeshua

at sa paghaginit ng bus sa expressway-
papalayo sa lupit ng kalunsuran;
si Amado- bitbit ang kanyang sisidlan-
ay namalakaya, sakay ng makinang de gulong
sa kaliwa't kanang tainga niya'y may bumubulong;
papalayo sa kabaliwan ng kalunsuran
si Amado- sukbit ang kanyang inuminan-
ay namangka sa ilog na aspalto't palitada
patungo sa kanyang ikagiginhawa.

sa bawat metrong binibilang ng pagsulong-abante
nakakalso ang kaniyang braso sa gilid
ng bintanang bukas at nakahilig
minamasdan niya ang nadaraanang paligid;
habang tinatawanan siya ng daigdig-
aniya:
nais na niyang lumaya
nais niyang magpatiwakal-
subalit nais niyang manatiling buhay
maragsa ang alon ng buhay;
'sangkapat na siglong dusa na adya ng kahirapan
'sandakot na sama ng loob at kasinungalingan
baybay ang luha sa matang pinaglalagos ng panahon
at mga madudusing na lihim sa loob ng kahon
palandas sa kanyang pakay na kinakanlong ng alon

sumapit ang sasakyan sa tapat ng pakay
simbahan ng Sta. Fe na sa kabahaya'y nakahanay
kinapa ang nakaluping tiket- tarheta at mamerang dala;
ipinukol ang tingin ng dalawa niyang mata-
sa kumpol ng mga taong nasa loob ng bahay-dalanginan
nakiumpok- lumuhod at may pinagmasdan

ni minsan ay hindi siya naniwalang may Diyos.
sapagkat batid niyang taos-
ang buhay ay pag-aari mo hanggang sa huli mong hininga
mabuhay ka mang dukha ay kasalanan mong siya nga-
at kung mamatay kang pobre at dilat ang mata!

hinintay na maglamlam ang araw sa kinahapunan-
si Amado ay nanatili sa bahay- dalanginan
nagmasid-
nagmatyag-
naglinga sa kaliwa at kanan
huminga nang malalim at hustong pinag- isipan
hilaga at timog
kanluran at silangan
animo'y hayena na nagbalangkas ng plano;
kung paano masisila ang pakay na buriko
at nang kadiliman at katahimikan ng gabi ay dumalaw
sinimulan na niyang patirin ang kubling uhaw!

pakay niya ay simple at sapat-
nakawin ang imahe ng Sta. Fe-- ito'y masikwat!
gawa ito sa ivory at napalalamutian ng topas-
na kung maipagbibili niya't makalulusot sa batas;
ay dagling ikayayaman nitong si Amado
na batikang magnanakaw
ng mga mamahaling imahe at santo!

binasag ang salamin nang siya ay naiwang mag- isa
walang sinayang na minuto, si Amado ay lumarga
nang makuha na ang pakay na imahe--
siya ay napangiti nang buo -- naghanda sa pagbyahe
ngunit bago pa man makalabas sa simbahan
napalingon siya sa gawing kanan-
kung saan niya nakita nang buo at totohanan:

ang krus na pinagpakuan kay Hesukristo
na nakasabit sa dingding ng simbahang ito
ay krus lamang at wala ang nakabayubay na tao!

kaya't siya'y nagtaka
kaya't siya ay nag-isip-- at siya ay nagtaka
habang siya ay nag- iisip-
at siya ay nahintakutan
sapagkat sa kanyang paanan
isang duguang lalaki ang gumagapang

GUMAGAPANG
DUGUAN! GUMAGAPANG!
PAPALAPIT SA KANYANG HARAPAN!

nakatanghod si Amado sa kadiliman
napuno ng takot ang kanyang katawan
napuno rin ng tanong ang gulo niyang isipan—

Bakit ang lalaki ay duguan?

Bakit mahaba ang kanyang buhok?

Bakit siya nakabalabal lamang na panloob?

Bakit siya may koronang tinik?

Bakit may butas ang magkabilang palad?

at may laslas sa tagilirang lantad!

Bakit siya nakatingin sa akin?
Aano ang ibig niyang sabihin-

Bakit may kaldag sa puso ko na biglang dumiin--

nang sinabi niya sa akin:

לשנות כדי מדי מאוחר לא לעולם שלה אלוהים של בנו אני

at sa paghaginit ng bus sa expressway
papalayo sa sandamakmak na lupit ng daigdig
si Amado- bitbit ang kanyang sisidlan-
ay namalakaya sakay ng makinang de gulong

sa kaliwang tainga na lamang ang may bulong;

papalayo sa sandamukal na kamunduhan
si Amado- sukbit ang kanyang inuminan-
ay namangka sa ilog na aspalto't palitada
papunta sa kanyang ikagiginhawa
walang bitbit- baon ay isang anyaya:
ng duguang lalaking kanyang nakilala--

לשנות כדי מדי מאוחר לא לעולם שלה אלוהים של בנו אני

**(AKO ANG ANAK NG AMA.
HINDI PA HULI UPANG MAGBAGO KA.)**

pagsapit sa Maynila
ay isinuko nang kusa
ang sarili sa tanang pulisya

ni Amado--

na bitbit ang kanyang konsensya;
isang malamlam na umaga

ng Sabado de Gloria.

Quiapo: Isang Multiberso

WORLD 1

binagtas niya
ang kahabaan ng kalsada
napalingon sa kanan at kaliwa
naghanap ng biktimang masisila
gaya ng ibong hayok na ang nasa
ay may ma-intrega;
na uod sa kanyang mga supling
sa pugad na gawa sa ipa
sa limliman ng dasal at abaginoongmarya
sa isang lumang eskinita
sa pusod ng Kyapo, Maynila:

itinutok ng walang nginig
na si Greg Salvador
ang kalibre kuwarenta'y singko;
sa nanginginig na katawan at ulo
ng 'di niya kilalang baguntao
bulong niya ay ganito
"'Wag kang kikilos.
Ibigay mo sa akin ang pitaka mo-
kung ayaw mong sumabog ang bao ng iyong ulo."
subalit walang anu-ano
kasabay ng pagbatingaw ng kampanaryo
pumutok ang baril—
nang kinalabit niya ang gatilyo.

WORLD 2

binagtas niya
ang kahabaan ng kalsada
napalingon sa kanan at kaliwa
naghanap ng biktimang masisila
gaya ng ibong hayok na ang nasa
ay may ma-intrega;
na uod sa kanyang mga supling
sa pugad na gawa sa ipa
sa limliman ng dasal at abaginoongmarya
sa isang lumang eskinita
sa pusod ng Kyapo, Maynila:

itinutok ng nanginginig
na si Greg Salvador
ang kalibre kuwarenta'y singko;
sa nanginginig din na katawan at ulo
ng 'di niya kilalang baguntao
bulong niya ay ganito:
"*'Wag kang kikilos*
Ibigay mo sa akin ang pitaka mo.
kung ayaw mong sumabog ang bao ng iyong ulo."

sa kalagitnaan pagmamakaawa ng estranghero
gaya ng "*Huwag mo akong sasaktan ginoo*"
si Greg ay napatda-- si Greg ay napahinto
bulong niya sa sarili ay ganito
"*Parang nangyari na ang lahat ng ito.*
Ahh-Bahala na si Apo. Para ito sa panggatas ni bunso."

bulalas niya nang malakas ay ganito
"*'Ay para kang gago!*
Huwag kang pumiglas-- Huwag kang maingay-- putang- ina mo."

at walang anu- ano
kasabay ng pagbatingaw ng kampanaryo
pumutok PA RIN
ang baril—
nang kinalabit niya gatilyo.

bagama't kailanma'y
may mga mundong hindi nagtatagpo-
may *mga Greg Salvador* sa *mga Kyapo*
na nakasima ang hintuturo sa gatilyo;
mga nalilikhang pobreng demonyo
ng mga mundong
masahol pa sa totoong

IMPYERNO.

Sino si Mallorca?

habang pinagmamasdan ko
ang kahub'dan ng lalaki
na kaaalis pa lang ng puting tela
habang dumadausdos pababa
at nalalantad ang kanyang mukha
at nahahambal
ang mga bali
ang mga galos
ang mga sugat
ang mga linsya
sa katawan niyang mistulang
hinagis na lumang manika
ay hindi ko mapigilang mapa-isip;
naghahanap ako ng oo sa hindi
sa mga tanong gaya ng-- posible ba?
nangangapa ako ng kalinawan;
sinusubukan kong dumukot ng kasagutan
sa pinakamalaking hiwaga ng aking buhay
gaya ng paano iyon nangyari?
nalilinlang ba ako ng katotohanan?
o sadya talagang may mga tanong
na walang kasagutan?
pinagmamasdan ko ang kanyang kabuuan
nalusaw lahat ng intwisyon sa aking katawan
nang biglang kumalam ang aking tiyan;
ngunit isa ang nanatiling katanungan
sa aking isipan:
sino nga ba si Edgardo Mallorca?

dinala namin ang kanyang bangkay
ganap na alas otso ng gabi
sa Punerarya Consuelo
sa kahabaan ng Valenzuela

iisa ang sambit ng mga saksi:
naglalakad siya sa kanto
ng Chile at Paraguay Street
nakatingala
tumawid nang hindi lumilingon
nabundol ng isang SUV
hinintuan
at muling binalikan
hindi ng motoristang nakabundol
kundi ng kasunod na sasakyan
ginulungan
at muling ihinarurot kapagkuwan;
unang dumulog sa kanyang pobreng kalagayan
ang baranggay
na siya namang tumawag sa amin na kinauukulan
kasama ang rescue unit
ikinarga namin
ang kanyang wala nang buhay na katawan
sinipat namin ang kanyang mga kagamitan
ngunit ako ay napakamot ng ulo
ako ay nahintakutan--
sapagkat sumungaw
ang isang malaking palaisipan:

SINO SI EDGARDO MALLORCA?

Si Edgardo Mallorca
ay 35 taong gulang
nakatira sa Parang, Mariquina
may sedula bilang 123776889001
at sa duguan niyang pitaka
na aming sinipat
mayroon do'ng mga lumang pera
mga lumang larawan niya na naka-Sepia
mga liham na ang patunguhan ay sa kanya;
mga liham na ang petsa

ay March 17, 1947--
at May 25, 1949;
Dekada
KWARENTA!
katatapos lang ng ikalawang pandaigdig na digma
nililinlang ba ako ng aking mata?
PINAGLALARUAN BA AKO
NG AKING HARAYA?

walang kumuha sa kanyang bangkay
dalawang gabi na rin akong hindi makatulog
pinagmamasdan ko ang sulat na nakuha ko sa kanyang pitaka
pinagmamasdan ko ang mga lumang salaping papel at barya
pinagmamasdan ko ang mga larawan niyang luma
pinagmamasdan ko ang adres na naroon;
at ako ay napatingala
posible nga kaya?

nagmaneho ako pa-Marikina
nasipat ang bahay na kulay pula
malaki, malawak at may puno ng Bonggavilla
kinatok ko ang bahay na nasa tarheta
kinausap ko ang naroong mga katiwala
ang larawan niya ay aking pinakita
ngunit walang nakasagot sa aking gitla
hindi raw nila ito kilala
hanggang sa binati ng mga katiwala
ang bagong dating na babaeng matanda
na aniya-- ay sa bahay namamahala;
kinamayan ko siya
ang larawan sa kanya ay aking ipinakita
at sa naging putla ng kanyang mukha
at bagsak ng kanyang tinging luha
at sa tanong niyang bakit ko hawak ito baga
at sa sambit niyang halos pitumpung taon
na nang huli niyang makita
ang amo niyang si Senyorito Edgardo Mallorca
na uniko iho at tagapagmana

ng bahay na yaong kulay pula
ay nabuo
sa aking
isipan
ang aking
hinuha
ang aking
hinuha
ay:
posible nga talaga
ngunit
nanganak ng
panibagong tanong
ang aking
hinuha:
paano ito nagawa

ni
EDGARDO MALLORCA?

abaginoongMar'ya—

ang buhay
ay sadyang puno
ng mga kubling hiwaga!

Sa Wakas, Nakumpleto rin Kami!

sa gilid ng aming bakuran
nagyoyosi si *Tito Jolens-*
nakapamewang at nakasandal sa pintuan;
patungga-tungga ng Red Horse
makikita mo siyang nangungulangot-
habang nakatitig sa kanto ng kawalan.

sa gilid ng aming mga tanim na halaman
nandoon naman si *Lola Mersing-*
kapatid siya ng lola ko
matandang dalaga;
hinihipo 'yung nalanta niyang tanim na oregano
sabay dura sa tabi ng kanyang upuan.

sa duyan sa gilid ng aming bakuran
nakaupo si *Mimi-*
pinsang buo ko na lilimang taunin;
kumakain ng dirty ice cream
habang sumisipol;
tumatawag siya ng hangin-
nakangiti siya sa akin.

sa pintuan ay nakahilera sina:
Kuya Boyet, Ate Charling-
pati ang mga pinsan ko rin na sina:
Arthur, Daisy, Merline at Cha- cha-
lahat sila-- pati ang aming mga kapit bahay;
pati mga tiyahin at tiyuhin at pinsan ko
na tanging nagiging dahilan kung bakit lagi akong late
tuwing umaga;
sunod-sunod kasi sila sa paggamit ng kubeta.

at ‘ayun!
lumabas galing sa kusina si *Mama Pat*-
gan’yan siya lagi--nakapusod ang buhok;
mahal na mahal ako niyan-
kahit an’dami kong bagsak
lalo na noong nasa hayskul pa lang ako.
abala siya sa pag-aasikaso;
sa aming mga bisitang hinainan niya
ng miswa at biskwit na Fibisco.
at ang *tatay* ko?
marahil natatanong mo kung na'san siya
‘tangina n'un;
iniwan kami ng mama ko nu'ng Grade 2 pa lang ako.
sumama sa kabit niya na taga Mandaluyong;
ewan ko kung sa loob o sa labas ng Mandaluyong
basta magsama silang dalawa
pareho silang baliw.

nakakabaliw;
talagang nakakabaliw pala ‘e no?
‘yung makita mo na sama-sama
lahat ng mahalagang tao sa buhay mo.
nakakabaliw;
talagang nakakabaliw pala ‘e no?
yung makita mo na magkakasama
lahat ng mahalagang tao sa buhay mo.
at sa gitna ng lahat ng ito
talagang nakakabaliw pala ‘e no?
‘yung makikita mo ang sarili mo
na nakahiga sa loob ng isang puting kahon
napaliligiran ng mga palamuti at adorno
‘tanginang buhay 'to—
kun’di ako mawawala sa mundo

hindi pa kami makukumpleto.

at nakakabaliw lang lalo dahil
mula sa likod ko—
kinalabit ako ni Mimi na nakangiti
hawak niya ang tunaw niyang dirty ice cream

nakatingin siya't nagwika sa akin:
Bakit daw ako nakahiga?

Bakit daw ako nakatayo?

alam mo, ngumiti lang ako
at naglakad papalayo—

sa kanya'y walang ibang sinabi kundi:

Kita- kit's sa Linggo.

Si Jiro at ang Kalahating Taong Hiwaga ng Paruparo

-1989

(NOV) QUAD:

bago pa nagkaro'n ng *Glorietta*
nagpupunta na ang nanay ko sa *Quad;*
ang kuwento niya sa akin-
sa *Nova Fontana*;
kanya pang naaalala
kapag pagod na siya
at nais niyang magrelaks
at uminom ng serbesa
hihimpil siya sa *Hard Rock Cafe.*
tutungga ng bote na bilang sa dalawa;
kuwento pa niya;
doon raw niya nakilala
ang aking ama.

(DEC) COD- CUBAO:

ang aking ama;
doon raw siya unang dinala-
kuwento pa niya
noong unang Pasko na magkasama silang dalawa;
humimpil sila para manood ng *animatronics*
at uminom ng serbesa
wala silang ginawa kundi magrelaks
at kapag pagod na sila kagagala-

kanya pang naaalala;
sa ngayo'y *Greenhills Shopping Center* sila namamahinga;
sa nakahiligang pasyalan ng madla.
nakikinig sila nang magkasalo sa *Sony* na *Walkman*
magkapiling-- bubot na pulo't gata'y pinagsasaluhan
ulinig ang mga awiting pangkapaskuhan;
nakatanghod sila sa mga parol na nagkikislapan
doon sila lagi--
ang kuwento niya sa akin nang may ngiti
nagpupunta na ang magulang ko sa *C.O.D;*
bago pa man ito palitan ng *Puregold* na bilihan ng samot-sari.

(JAN) MAKATI CINEMA SQUARE:

bago pa man daw ito sapawan ng *Greenbelt* at *Glorietta*
nagpupunta na ang mga magulang ko sa *M.C.S.* sa Ayala
ang kuwento niya sa akin-
doon sila lagi;
nakatanghod sila sa tindera ng *Pager, Cassette Tapes* at *Atari*
sa nakahiligang pamilihan ng madla;
sa *Makati Cinema Square* sila naglalamyerda
kanya pang naaalala;
doon sa pagliko sa gilid Ayala—
doon siya dinala
ng aking ama.

(APR) TOWER RECORDS:

ang aking ama;
doon sa tindahan ng plaka siya huling dinala
kuwento pa ng aking ina
sa bilihan ng luma at bagong cassette at plaka-
napabalikwas ang aking ama
sa estante ng *EP* ng *Asin, VST* at *Sampaguita*
doon siya natumba
doon siya nawalan ng malay

doon siya nangisay
doon siya nag-agaw buhay
ang kuwento niya sa akin;
wala siyang alam
aniya—
magaling maglihim ang aking ama.
wala siyang senyales na ipinakita
kuwento pa niya;
inilibing nila nang buong luksa
ang aking ama
nang hindi niya nalaman
na ako
ay kanyang naipinunla.

Ako ay isang punla.

hala!
patapos na pala-
ang siyam na buwang singkad na puno ng pangamba;

hayan! ako ay papalabas na!

'andyan na ako
palabas na ako!
salubungin mo ako inay!

sa wakas!

ngayon ay maririnig ko na nang harapan
ang kuwentong nasaulo ko na nang lubusan
ang kuwentong kinapananabikan kong muling
mapakinggan-
ang kuwentong aking pinakikinggan;

habang ako'y nasa iyong sinapupunan.

gusto kong paulit- ulit pa ring pakikinggan;
kapag ako'y yapos mo na sa iyong kandungan.
ang kuwento mo'y paulit-ulit ko ring isasalaysay

sa kalaunan-
kapag ako'y may anak na rin sa aking kandungan.

hayan!
nariyan na ako!
palabas na ako!
salubungin mo ako-
inay ko!
hagkan mo ako;
at
kapag naulinigan mo
ang unang iyak ko-
pakiusap
ito ang pakatandaan mo:

inay—
ang kahulugan
ng unang iyak ko
ay:

"Pangalanan mo akong Jiro."

-Nobyembre, 1990

Ang Huling Takdang- Aralin ni Gng. Edralin

nagbabatuhan ng kalat sina *Jojit* at *Troy*
nagsaksak ng maduming earbuds sa magkabilang tenga si *Sam*
naghihikab nang malakas at dinig si *Teresa*
naghuhuntahan tungkol sa DOTA sina *Bart* at *Jay*
gumagawa ng assigment sa MAPEH si *Jonnie*—
HABANG NAGDIDIKTA NG TAKDANG- ARALIN SI GNG. EDRALIN.

yumuko at akmang iidlip si *Chynna*
naglalaro ng binilog niyang kulangot si *Fred*
nagkakamot ng puwet si *Olly*-- sabay amoy
nakatingin sa kawalan si *Jason*
mukhang tanga habang nag-eair drum/air guitar si *Buknoy*
inaalala ni *Peachy* ang date nila ni *Jojo* nang nakangiti
palihim na nagpapa-rank sa ML si *Gelo*
nagtse-tsek ng mga notification sa F.B. si *Val*
palihim na pinagmamasdan ni *Vanessa*
ang crush niyang si *Peter* na napipikit ang mga mata
gumagawa ng love letter si *Jestoni*
nagsi-COD si *Caloy*
kinakabisado ni *Beks* ang Periodic Table of Elements
ngumunguya ng second hand bubble gum si *Jane*
na nginuyang first hand bubble gum ng b.f. niyang si *Jake*
kinakalikot ni *Golem* ang matinga niyang bagang
si *Yolly* naman ay ang kanyang magulong bag
kumakambyo ng kanyang "ano" si *Jonnie*
kinakalabit ng gagong si *Chito*
ang nakatingin sa kisame na si *Ping*—
HABANG NAGDIDIKTA NG TAKDANG- ARALIN SI GNG. EDRALIN.

at tumunog ang bell.
umalis kami sa klasrum.
naiwan si maam;
nakayuko sa kanyang upuan
at sa 'di kalayuan-
habang ako ay papalapit sa pintuan
naaninag ko ang wari ko ay
umagos niyang luha
gumuhit at agad itong inagapan;
ng kanyang panyo
na Armando Carusso
at napaisip ako-
mabait naman siyang guro.

kinabukasa'y pumasok kami sa klasrum-
naroon ang prinsipal;
nakayuko sa upuan
at sa 'di kalayuan
habang ako ay papalapit sa pintuan-
naaninag ko ang wari ko ay
umagos niyang luha
gumuhit at agad itong inagapan-
ng kanyang panyo na Armando Carusso
ang tangi niyang winika ay ganito:

"Walang bendisyon. Walang sakramento."
sabay turo- sa pisara na sinulatan umano;

sa huling pagkakataon
ng mabait naming guro.

sa loob ng aming silid-aralan

ako ay nagitlahan;

binasa ko't pinaglimiian

at dagli kong napagtanto
ang katotohanang

nakasulat sa pisara't may laman:
na malalim na sugat—
malalim na kalungkutan.

at gaya ng nakagawian
bago tumunog ang bell
nagcheck ako ng attendance-
ngunit 'di gaya sa nakagawian
sa unang pagkakataon ako ay nabigla;
sapagkat lahat sila ay nagsusulat—
lahat ay kumokopya.

at nang kami ay pauwi na
ang pinto ng silid
ay aming ikinandado't isinara;
subalit-- abaginoongmarya-
nang ito'y amin nang naikandado't naisara
abaginoongmarya-- bakit *ako* pa?
bakit kailangang makita ko pa:
kung paano niya burahin sa pisara
ang huling takdang- aralin
na 'sinulat niya?

Punta Tayo sa Sampalok

nalaglag siya
UNA ANG BUMBUNAN.
nakipaglaro kay kamatayan
ang pinakamamahal kong anak;
na sa loob ng siyam na buwan
ay dinala ko sa aking sinapupunan
isinugod namin nang daglian
sa pagamutan;
at nang lubos nang nalunasan-
at nagkamalay-tao
dumilat siya at ako'y sinabihan:
Mama, ako ba ay nasaan?
Mama, manika ko'y nasaan?

naghilom ang mga sugat-
gumaling ang mga linsya
nagpeklat at nagkeloid;
tinangay ng agua oksinada
at mga antibayotika
at ilan pang mamahaling inireseta
pumutok-
naglaho
sa mga ala-ala
gaya ng isang nakalutang na bula.
ang walang muwang na bata:
si Trisha
na aking *unica hija*;
isang makulimlim na umaga
ay kinalabit ako kapagdaka
nagdarabog, umiiyak—
siya ay nagwika:

'PUNTA TAYO SA SAMPALOC 'MA.

nagbilang kami ng marami pang buwan

at hindi ko na napagtimpian

ang kanyang kakulita'y

dinala kami ni Jerry sa sukdulan.

dinala ko siya—
sa Sampaloc na lunan
na hiling niyang aming puntahan.

hindi sa puno

na kanyang pinagbagsakan
kundi
sa lugar na ipinipilit niya;
sa lugar na aniya-
ay lugar ng kanyang 'tunay' na pamilya.
ako na kanyang ina
kami— ng aking asawa
ay naluha;

nang ito ang kanyang naging bungad
pagsapit namin sa hindi kilalang tarangkahan

na ipinipilit niyang kanyang 'tunay' na tahanan:

Nasaan si Eduardo?
Nasaan si Leticia?
Nasaan si Maria?
Nasaan ang aking pamilya?

iyan ang kanyang wika
doon sa *1245 Laong Laan Sampaloc, Maynila*
ang lugar kung saan

ang luha sa aking mata
ay sumirit nang kusa;
nang ang katiwala ng bahay

na nangilabot at napatda
ay tawagin sa kanyang pangalan:
ng aking anak na si Trisha.

sa lumang bahay na iyon sa Sampaloc, Maynila
unti-unti kong muling nakilala
ang mahal kong supling na nag-iisa.
ang baguntaong nakatanghod sa beranda

na lukob ng kubling hiwaga

na hindi na namin inabalang masawata;

sa huling pagkakatao'y aking niyakap

tinitigan ko siya nang mata sa mata—

at mahina itong ibinulong sa kanyang tainga

***"Maam Adelina,
ikinagagalak kitang makilala."***

L.R.E.

sinubukan ko ikabig ‘yung manibela ng motor pakaliwa
alam mo-
nakita ko pa at narinig;
kung paano sumigaw 'yung aleng nakapula
pumikit ako kapagdaka--
sinubukan ko pang humiyaw
habang natataranta siyang bumubulyaw
pero wala 'e
lumutang na ako-
tapos lumipad na ako
na parang isang paru paro
papalayo nang papalayo
sa kumpulan ng mga taong paroo't parito
sa kinahihigaan ko;
papalapit nang papalapit
sa mga basag na bubog ng ala-ala
ng aking pagkatao
alam mo-
nakita ko uli nang buo
at nagplay lahat uli sa harapan ko:

'yung 8th birthday party ko sa Jollibee
sa may kanto ng Abad Santos
'yun yung araw na hinagis sa mukha ko ni Chinchin
na crush ko-
'yung ispageti
hinalikan ko kasi siya sa pisngi
sabi ko papakasalan ko siya balang araw
hawak hawak ko pa no'n ang sundae na tunaw
alam mo;
mabalasik pa siya sa naulol na kalabaw
pero sa kilig ay hindi ako noon nakagalaw
kasi mula no'n

ay hinawakan niya nang buo
at binihag
ang puso kong kanyang nilusaw

alam mo-
nakita ko uli nang buo
at nagplay lahat uli sa harapan ko:

'yung 18th birthday ko sa Fort Santiago
may bitbit pa noon
ang kababata ko
at bagong kasintahan ko;
na si Chinchin
na isang kahong asul
na may lamang regalo
inabot niya sa akin sabay sabing:
HOY INGATAN MO ITO HA GAGO!
mataas at mabalasik ang boses niya at tono
pero-
sa kilig ay hindi ako noon makadibuho
ng sasabihin na salita't berso
basta't alam ko
at sa sarili ay nasabi ko:
HOY CHINCHIN PANGAKO-
IINGATAN KITA NANG BUO!

alam mo-
nakita ko uli nang buo
at nagplay lahat uli sa harapan ko:

'yung 28th birthday ko na sinelebreyt namin sa 7-11
sa gilid ng Accenture kung saan ako nagtatrabaho
wala daw siya noon dalang regalo
naiinis at nagmumura pa ang syota ko;
sabi ko Chinchin:
okay lang hindi naman ako nagtatampo
lumabas kami at naglakad sa daang walang tao
at mula sa compartment ng aking motor

ay kinuha ko;
ang isang kahon na may lamang kung ano-
inabot ko sa kanya
sabay luhod
sabay sabing:

CHINCHIN DAHIL BIRTHDAY KO
PWEDE BANG
ANG IBIGAY MO NA LANG SA'KIN NA REGALO
AY:
PAKASALAN MO AKO?
oo brad hindi ko makakalimutan ang gabi na ito;
sapagkat iyon ang araw na binago ko
ang kanyang apelyido!

alam mo-
nakita ko uli nang buo
at nagplay lahat uli sa harapan ko:

'yung 38th birthday ko
pero CHINCHIN
pasensya na mahal ko
minalas lang talaga ako
ngunit salamat na rin at kahit paano
ay nakita ko uli nang buo
at nagplay sa harapan ko:
kung gaano ako naging masaya
sa piling mo
alam mo-
nakikita ko ngayon nang buo;
may puting liwanag akong nakikita sa dulo
mukhang sinusundo na ako
pasensya na kung hindi na ako makauuwi
sa piling mo
maingat naman akong magmaneho
malas lang nga talaga siguro

alam kong inaantay mo ako
na makauwi nang alas otso
naghanda ka pa naman ng palabok
alam kong nagtimpla ka pa
ng gin pomelo-
na ating paborito
malas lang talaga mahal ko
akalain mo 'yon
sayang--

TRENTA'Y OTSO ANYOS
na pala
sana
AKO.

MIRANDA

kung bakit maganda si Miranda
si Joel lang ang nakaaalam;
ang bawat kanto ng kanyang kaluluwa-
ay siksik-liglig-umaapaw
sa kagalakan
kung maaari lang sana
ay sambahin niya ito
nang walong araw sa isanlinggo
kung kaya niya lang sana
ay darakilain niya ito
umaga- tanghali-gabi nang buo

may mga balatkayong katotohanang
para sa kanya ay totoo-
may mga hindi totoong katotohanang
para sa kanya ay balatkayo-
kaugnay sa kagandahan ni Miranda
kaugnay sa kasaysayan ni Miranda
at
kung bakit iyon nagawa ni Miranda
at kung bakit niya iyon ginawa kay Miranda.

ginawa ni Mirandang
pitong kulay ang kanyang kaluluwa
ang dating abong himpapawid ng kanyang musa;
ang dating naghihingalo niyang haraya
ay binahugan nang buo ni Miranda
ng pag-asa
ng tuwa
ng sayang may lahok na dalita
ginawa ni Mirandang
nakasungaw ang dating hindi mabanaag
na ngiti sa kanyang mukha
nang unang beses na sila ay nag-usap

nang sila ay nagkapalitan ng tarheta
nang unang sila ay kumain sa MaMon Luk
nang sila ay unang bumagtas pa-Escolta
nang sila ay naglagalag sa kasukalan ng patag na Luneta
nag-umatikabo ang saysay ng kanyang pagkatao
uminog nang patatsulok ang pihit ng kanyang mundo
sa sarili ay kanyang nadidibuho:
"ayaw ko nang matapos pa ito"
"nais kong lukuban ako lagi ng tuwang gaya nito"
sa mata ni Miranda
ay nasumpungan niya
ang nakaabang na limampung taong
may mantsa ng pag-asa
at napapitlag ang kanyang puso
nang napasagot na niya ito ng matamis na oo
at napabalikwas siya nang kanyang mapintuho
na matapos ang isang taon
ay nakuha rin niya ang matamis na "Oo."
sa harap ng dambana-
sa altar ng timtimang matrimonya
kaakbay at katali sa harap ng lalaking nakasotana
ay nagpalitan sila ng pinakamatamis na:
opo padre, tinatanggap ko siya-
at kanyang napagtantong
Joel, 'eto ka na
kasama mo na si Miranda
ito na nga siguro ang pinakanakalalasing na ligaya!

at nalasing sila sa ligaya
at naligayahan sila sa pagkalasing
lumipas ang araw-linggo-buwan- taon
na para bang walang aapaw- lalabas na patak
sa loob ng salaming kahon
walang lamat na susungaw at aahon
ngunit bakit nagkagano'n
mas dumami ang hidwaan
mas dumalas ang hindi pagkakaunawaan
mas namayagpag ang pataasan ng ihi

at ang taas ng boses sa isa't isa ay namalagi
ganito ba talaga ang buhay may- asawa?
at kanyang napagtantong
bakit gano'n?
Joel, 'eto ka na
kasama mo na si Miranda
ngunit
parang hindi ka na maligaya
at sa sarili ay aniya;
hindi niya naalintana
ginawa na pala muli ni Mirandang
abo ang kulay ang kanyang kaluluwa!

ang dating bahagharing himpapawid ng kanyang musa
ang dating nangasigla niyang haraya
ay binahugan nang buo ni Miranda
ng yamot
ng inis
ng galit
ng poot na may lahok na dalita-

lalo na
nang isang araw
ay ipinagtapat sa kanya
ni Miranda
na nagdadalantao siya
wala siyang nagawa
kundi magtiim ng bagang
at kaunin ang kanyang panga
naghumiyaw ang kanyang puso
at napasigaw
ng isang malutong na:
"Putang ina ka. Baog ako Miranda!"

kung bakit maganda si Miranda
si Joel lang ang nakaaalam;

kung bakit iyon nagawa ni Miranda
kailanman ay ayaw na niyang malaman;
basta't ang alam lang niya
ay pinanghawakan niya
ang tugon ng kanyang doktora
na kailanma'y hindi niya kayang makapagbigay ng bata
kay Miranda
basta't ang alam lang niya
ay hawak na niya
ang mahiwagang bakal
at kanya na itong ikinasa;
at karnal niyang itinutok
kasabay ng pag-agos ng kanyang luha
nanlabo ang kanyang nakikita--
ngunit maayos niya itong naiasinta
at sa isangkisapmata
ay umagos ang bahagharing kulay pula
sa kaibuturan ni Miranda
at kasabay ng pagsandal
at pabugal bugal
at papugak pugak
na pagkalatog ng tingga
at pagkalagot ng hininga
ng nakadilat pang si Miranda
nahimasmasan si Joel sa kanyang nagawa
at nang maunawaan na niya ang kanyang ginawa;
tumawag siya sa telepono
at hinintay ang kinauukulan
iniulat niya ang kanyang kabaliwan;
at habang hinihintay ang walang kasiguraduhan
ay muli niyang pinaglimian-
kung bakit maganda si Miranda

kung bakit maganda si Miranda
si Joel lang ang nakaaalam;
at kanyang napagtanto
habang nakasandal sa dingding na duguan:

"Joel, 'eto ka na
kasama mo pa si Miranda
Joel, gising ka na ba?
ito na nga siguro
ang pinakalilinlang na ligaya"

may kumatok sa pintuan
may umakay sa kanyang dalawang balikat
magkaliwang kamay niya ay pinosasan
tinitigan niya si Miranda
at sa huling pagkakataon ay kanyang kinamanghaan-

napakaganda pala talaga ng kanyang asawa

sa loob ng kalahating minuto
ito lang ang kanyang ginawa
tinitigan niyang walang lubay si Miranda;
at sa huling pagkakataon
ay sumungaw ang bahaghari ng ngiti sa kanyang mukha

aniya, sadyang nakamamangha
kung paanong unti- unting nagigiba
ang mga gusaling yari
sa pinagpatung patong na baraha

tinitigan niyang walang gitla
ang wala nang buhay na si Miranda
habang ang inspektor
sa kanya ay inuusal- winiwika:

ang kanyang karapatang
nakapaloob sa Miranda.

Paradoha ng Luna at Luneta

LUNETA

tumawid at nakipagpatintero
ang hapung hapong si Kiko-
sa paroo't- parito
na mga sasakyang
nagkukumahog
nagmamadali
at mistulang hinahabol ng panahon
sinamantala niya ang pagkakataon;
hawak niya sa kamay

ang kanyang kasintahan
kasalubong
kalagpas
kabigwas
ang samo't- saring nilalang ng Kamaynilaan
na walang ibang nais kundi
masaksihan;
at masulyapan
ang kabuuan
ang mga tagong alaala;

ang kapangyarihan
ang kabilugan
ng buwan.

BAGUMBAYAN

tumawid at nakipagpatintero
ang hapung hapong si Iska-
sa paroo't parito
na trambya at kalesang
nagkukumahog

nagdudumali
at mistulang hinahabol ng panahon
sinamantala niya ang pagkakataon;
kipkip ang kanyang dalang talaarawan
kaagapay ang kanyang kasintahan

kasalubong
kalagpas
kabigwas
ang samo't- saring nilalang ng Kamaynilaan
buong buo nilang nasumpungan
ang ganda
ang rikit
ang yumi
ang kabuuan
ang mga tagong alaala;

ang kapangyarihan
ang kabilugan
ng buwan.

LABINDALAWANG DEKADA

tumawid sila at nakipagpatintero
sa kanan-- sa tabi ng monumentong nag-iisa
sa panig ng laksang taong magkakaiba
sa isang bagong mundo kung saan silang dal'wa
ay muling pinag- isa;
sa ilalim ng kabilugan ng buwan na sawata-
si Francheska ay may naramdamang kakaiba
kaya't minasdan niya ang kasintahan
sa kanan- sa tabi ng monumentong naiilawan
at sa isang kisapmata

sarili ay inusisa niya nang bigla
"Parang ang lahat ng ito ay nangyari na.

Mahal, tingnan mo ako sa mata;
Ito ba ay guni-guni ng isip- o akin lang nadarama?

FRANCIS MADRIAGA,
aking sinta- ang buhay ay sadyang puno ng hiwaga!

FRANCISCO LORENZANA,

ako'y namamangha-- habang tinititigan kita sa mata

sapagkat;

FRANCO DE GUIA,
ang ngayon pala natin ay ikatlo na."

Dente, Sanguinem, Praesidio

noong nakaraang linggo
nanaginip ako;
naglalakad daw ako sa isang pasilyo.
nalalambungan ito ng dilim
bawat mapanglaw na kariktan
ng pasilyo na iyon
ay naglagos ng kulay dugo na liwanag;
inakay ako
inalalayan
ginabayan hanggang
tumambad sa akin--

ang isang malaking salamin
na gawa ang gilid sa porselana;
isinabit ko iyon sa dingding
sinubukan kong manalamin
subalit
wala akong repleksyon sa salamin
ang tangi kong nakita
ay mukha ng aking ama;
nakangisi sa akin-
suot ang paborito niyang kupas
na *Blue Corner*
nakangisi siya sa akin;
ngiting nanlilibak
at muli kong naalala-
ang panahong wangis ako ng bangkay

habang pinapapak
ng nagsasalitang uwak

"'Wag kang sisigaw Jethro.
'Wag kang kikilos.

Kapag kumilos ka-
papatayin ko nanay mo.
Wala kang pagsasabihan.
Wala kang sasabihin
na kahit na ano
kundi mamamatay ka;
ang nanay mo;
ang mga kapatid mo.
'Wag kang sisigaw Jethro.
Hubarin mo'ng salawal mo!"

hinubad niya
lahat ng puro
sa aking
ako.

ako.

makalipas ang sampung taon
sa wakas--

ay nakasigaw na rin nang malakas!
makalipas ang sampung taon
ng pananahimik
ay nakahulagpos--nakatakas
sa ibayong lakas
na animo'y pumunit sa aking
katauhan
na mistulang nagpatulig sa
kilala kong 'san'daigdigan;
gumuho na

at nabasag ang salamin
kasabay na ibinaon ng lupa;
kasama ng aking kadalisayan
gumuho na

ang mga pader ng bangungot!
sa wakas!

nakita ko na ang aking sarili
sa harap ng basag na salamin;
sinubukan kong ngumiti
ngunit umagos ang dugo ng kahapon
kasabay ng pagkatigagal ng aking ngayon
sinubukan ko 'uling ngumiti
subalit—

NALAGLAGAN AKO NG NGIPIN.

kasabay ng tuluyan pagkawasak ng salamin
ay tuluyan nang muling nabuo
ang imahe ng mundo sa aking paningin;

nang ako, noong isang linggo ay nagising
sa pinakamasayang araw
na matagal ko nang hinihiling:

ang una sa pitong araw
bago ang araw ng kanyang libing.

Waiting Room

ang silid ay labinlimang metro pahaba
at dalawampung metro pahalang
nahihilamusan ito ng kulay ng puti
mula kisame hanggang papag
sa gitna ay may lamesang
isang metro pahaba
at isang metro pahalang;
para makapasok dito
kailangan mo munang hanapin
ang napakaliit na
seradura
na napalalamutian ng ginto, tanso at pilak
na sa Hilaga ng silid
ay matatagpuan
ang labas ng silid
ay nahihilamusan:
ng kulay asul, puti at pula
sa loob naman
sa lamesang
isang metro pahaba
at isang metro pahalang
ay nakaupo sa gawing kaliwa
sa silyang kulay pula
ang nakayuko na si Martha
na 38 taunin ang gulang

umiiyak siya
balisa
at lalo siyang naiyak
nang dumating na sa wakas
ang lalaking nakasuot
ng kulay itim na baro
may hawak siyang papel
na nakarolyo
at may bigkis na sinulid
umupo ang lalaking nakaitim
sa lamesang
isang metro pahaba
at isang metro pahalang
naupo siya sa gawing kanan
sa silyang ang kulay din ay pula
tinignan niya si Martha
na inaagusan ng luha
sa magkabilang mata
bahagyang napangiti ang lalaki
tinanggal ang rolyong sinulid
iniunat ang papel na tangan
at binasa ang laman:

MARTHA CRUZ Y BUENDIA
67 YEARS OLD
MAY 3 ANAK AT 5 APO
NABYUDA NOONG 1989

CERTIFIED PUBLIC ACCOUNTANT
KAMUSTA KA?
MARTHA--
MAY NAGHIHINTAY SA IYO IHA.

bumukas ang pinto
sa gawing Timog ng silid
sumungaw nang unti unti
ang imaheng sa kanya'y lalong nagpahikbi
at sa laking pagkagulat
at sa laking kahintakutan
at sa laking katuwaan
sa kanyang nakita
nang tinignan niya
mula ulo hanggang paa
at kanyang naalala:

ang *Sperry Topsider*
na size 10 na kanyang binili sa *Greenhills*
ang pantalong Levis
na nabili niya sa *night market* sa Sta. Mesa
ang sinturong kanyang nabili sa tapat
ng *Odeon Cinema* sa Avenida
ang *Palomino* na polo shirt
na siya mismo ang pumili ng kulay
at ang mukha na halos 30 taon na niyang
hindi nasisilayan

laking katuwaan
ni Martha na luhaan
sapagkat
muli niyang nasilayan--
nakatayo sa kanyang harapan
ang lalaking halos 30 taon na niyang
hindi nasilayan

at
sa wakas
ganap nang tumigil
ang inog ng buhay
at ng kanilang sangkatauhan
nang sa kamay
siya ay hinawakan
ng lalaking 30 taon na niyang hindi nasilayan
habang mata sa mata
silang nagkakatitigan
pabagtas sa Timog na tarangkahan
ng silid na walang kulay
at pagkakakilanlan
papunta sa kung saan
walang nakaaalam
papunta
sa likod
ng silid na hintayan
papunta sa dako ng magpakailanman

wala nang luhang didilig
sa kanilang katauhan
sapagkat nakapaghihintay
ang kaluluwang
walang katawan

sa silid
na puti
at saksi
sa piping katotohanan;
kaugnay sa buhay
at kamatayan

sa
silid
na puti
na kung tawagin ay:
HINTAYAN.

Ang Huling *Aura* ni Aurora

pumapalatak ang kanyang mga daliri
sa ilalim ng kulay rosas na buwan
nagbabalatkayo na hindi siya tunay-
kumakaway kapagkuwan
mapa-Avenida at Ermita, Sangandaan at Noveleta
Calachuchi, Sm North at Pasay-Edsa;
ang reyna ng malalambot na gagamba
na sumisipsip ng sapot na mala- dagta
ang mutya ng mga bubuyog at pulo't gata-
na walang iba kundi si *Maria Aurora;*
suot ang pinakamakinang niyang blusa
na napalalamutian ng tig pipisong esmeralda
ay kumakampay ang dalawang kamay;
balakang niya'y salisi-- saliwa ang imbay
pumapalo sa hangin-
gaya ng daluyong sa dalampasigan
isang gabing maalinsangan
sa bagtasing perokaril ng San Lazaro;
may damdaming nagbabaga at nag-aalimpuyo
wangis ng:

Magkikita na tayo nang muli Alvaro.

si Alvaro-
ang nag- iisang bituin ng kanyang buhay;
konstraksyon worker sa umaga
lover boy sa gabing tiwasay-
'kapilas' ng puso ni Aurora
kaulayaw sa kahabaan ng riles
sa gawing kanan ng kalsada
sa tinibag na bahay na pula

na naging eskinita;
doon nagtatagpo ang dalawa
sa bahay-rentahan ni Menchieng Palaka.

at gaya ng dating pagkikita
ang sabik at naglalaway na si Aurora

ay sumibasib gaya ng mabangis na hayop
sa tigib ng kisig na si Alvaro-
na walang imik na nakahiga sa kutsong higaan
at nakabuyangyang ang kahub'dan;
mataas ang tore- sa masukal na kakahuyan.

subalit ang tigib ng lakas na si Alvaro
na walang imik na nakahiga sa kutsong higaan
na nakapikit ay hinayaan;
na lumabas mula sa kanyang bibig
ang pinakatatago sa kanyang kalooban

gaya ng: Ayoko na Aurora.
tulad ng: Gusto ko munang dumistansya.
paris ng: Ang lahat ng ito ay ating itigil na.

at nang tumigil na si Alvaro
sa kanyang pangungusap nang buo-
isang suntok sa kanyang mukha ay dumapo
kasunod ang isang malutong na:

PUTANG INA MO.

lumabas nang luhaan si Aurora
sa bahay- rentahan ni Menchieng Palaka
pumapalatak ang mga daliri
sa ilalim ng kulay dugong buwan
nakatulalang naglalakad;
hayo sa malawak na kung saan
muwestra ang dating sarili't pingas na kabuuan.

at sa isang kisap-mata;
sa kahabaan ng daang perokaril ng San Lazaro
ay nasaksihan ng Tundo-
kung paanong lumipad sa huling pagkakataon
ang luhaang paruparo

pagbusina ng parating na bagon
paghuni ng de-motor na makinarya
na nagbadya at nagbigay ng babala
pumiglas, humulagpos at nakalaya;
tuluyang lumipad at kumawala

sa mundong sa kanya'y ayaw magparaya:
si *Mario Alcoriza*;
ang luhaang paruparo na lumaya—
kasabay ng lasug-lasog na pag-asa
at dugong kulay bahaghari na bumulagta.

Si Clarita Villanueva at ang 150,000 Bagong Kristyano ng Dekada Singkwenta

UNANG ANTAS: PAGHAHAYAG (MANIFESTATION)

hindi ko na ikinagulat
ang mga unang sintomas
na kanyang ipinakita
na tinuran sa akin
ni Dr. Mariano Lara
palasak na ang
biglaang niya pagsigaw at pangingisay
paninigas ng mga litid
pagpiglas at panlalaban
at pagtirik ng mga mata
subalit wala akong duda:
Kaya kong sagipin si Clarita Villanueva.

IKALAWANG ANTAS: PAMUMUTIKTIK (INFESTATION)

hindi ko na ikinagulat
ang mga hindi inaasahang kilos niya
habang nakadetine sa loob ng Bilibid
sa Muntinlupa
ang pobreng si Clarita Villanueva
sa pag- uulat na rin ni Dr. Mariano Lara
ay palagiang hinihimatay
palasak na ang
biglaang pagsigaw at pangingisay
paninigas ng mga litid
pagpiglas at panlalaban
at pagtirik ng mga mata

isang umaga--minura umano niya
ang Sto. Niño at Birheng Maria
at ang lahat ng mga imahe na dinadasalan
ng kanyang mga babaeng ka-kosa;
dinuraan niya umano ang mga ito
nilibak-- inalimura.

IKATLONG ANTAS: PAGHUGPONG (MOUNTING)

ikinagulat ko ang mga kagat
sa kanyang braso-binti-hita-at mukha

mga kagat na hindi alam ng g'wardiya
kung saan nagmula
o kung paano niya nakuha
o kung kanino niya nakuha
o kung kailan niya nakuha
dalawa ang rehistro ng mga kagat:
isang kagat na buhat
sa isang nilalang na may malaking panga
at isa na wangis ng ngipin ng isang tao
na may dobleng laki ng bunganga;
hindi na ito maarok ng aking kamalayan sa teolohiya-
ni hindi na ito nakasandig sa paliwanag ng siyensya
Mahabaging Ama-- ito ang aking dusa:
Kaya ko pa bang sagipin si Clarita Villanueva?

IKAAPAT NA ANTAS: PAGLUKOB (RIDING)

isang mediko
sa ikalima naming sesyon
na napuno na ang salop-
napika
ang tumayo
habang si Clarita ay nakahiga

hawak hawak at nagpupumiglas-
dinuro siya ng mediko
at nagwikang nababaliw lang siya umano;
"*Schizophrenia*"
ang nausal niyang terminolohiya
umano'y siya rin ang gumagawa
ng mga kagat sa katawan niya
sa isang iglap
tumigil ang nanlalaban ni Clarita
inunat ang magkabila niyang paa
at sa mediko ay nagwika

ng isang nagkatotoong banta:
"*MAMAMATAY KA.*"

IKALIMANG ANTAS: GANAP NA PAGSANIB (PERFECT POSSESSION)

"walang lugar sa mundong ito

ang mga balakyot at demonyo!"
"Omnis fallaciae, libera nos, dominates.
Exorcizamus you omnis immundus spiritus
Omnis satanica potestas, omnis incursio,
Infernalis adversarii, omnis legio,
Omnis and congregatio secta diabolica.
Ab insidiis diaboli, libera nos, dominates,
Ut coven tuam secura tibi libertate servire facias,
Te rogamus, audi nos!
Ut inimicos sanctae circulae humiliare digneris,
Te rogamus, audi nos! Terribilis Deus Sanctuario suo,
Cernunnos ipse truderit virtutem plebi Suae,
Aradia ipse fortitudinem plebi Suae.
Benedictus Deus, Gloria Patri, Benedictus Dea, Matri gloria!
In nómine Patris et Fílii et Spíritus Sancti."

makalipas ang walong oras

kaming dal'wa ay nakaalpas-
nakita ko nang buo

kung paano siya humagulgol
kung paano umagos ang luha't tumagas-
salamat sa Panginoong Lumikha
humupa na ang sigwa

napagtagumpayan namin ang digma!

malaya na si Clarita Villanueva!

----

ako ay isang matapat na lingkod ng simbahan

na 'nilimbag gamit ang tinta ng katotohanan

ang bawat salita at salaysay

kaugnay sa lahat ng aking nasaksihan

sa loob ng maikling panahon

na nakilala ko siya at nakadaupan

ang buhay niya at kanyang kaligtasan

ay patotoo sa Diyos Ama't sa kanyang kadakilaan.

halika na't maging kaisa-- maging bahagi ka:

maging ika-isandaan, limampunglibo't isa.

-Lester Sumrall, 1953

PITIK BULAG

payagi kami nagyayayo ni tatay ng pitik buyag
ayam mo payagi akong tayo
yaging mayi ang huya ko
peyo sasabihen ni papa sakin
ayos yang yan pakiyamdaman mo kasi maigi
bago matuyog- bago kumain
bago nya ko ihatid sa skuy
magyayayo muna kami ng pitik buyag
gaya nung isang Yunes
nagpitik buyag kami
tas natuyog
tas kiniss nya ko sa noo
tas niyakap ako
tas napatingin ako sa pictyur ni mamy
na sabi nya ay masaya na sa heven
tas bigya na yang kumayabog pinto namin
pumasok yung mga yayaking nakabyu
tyaka mayayaki katawan
nakasuot ng sayamin kahit gabi na
tas tumayo tatay ko
tas pinayuko
tas pinalagay kamay sa uyo
tas sabi sakin wag daw ako titingin

tas sabi ni papa yayo daw kami pitik buyag
tas ayun niyagay ko kamay ko sa mata ko
tas narinig ko sabi nya ay yabyu

tas yung mga mayayaki katawan na nakabyu
nagpaputok siya ng pikoyo
gamit ung mahaba niyang watey gun na bitbit
tas me kinausap siya sa pepown
tas umayis siya

tas natuyog na kami ni papa
kaso nung umaga na ayaw na niya magising
tas niyakap ako ni Aying Gina
tas nung kagabi waya na ko kayayo
niyagay ko kamay ko sa mata ko
pagayis ko ng kamay ko sa mata ko
nakatayo si papa—

sabi ko papa yayu na tayo;

sabi niya babay.

SUNDATE

tanghali na pala
yari ako-
usapan namin ala-una ng hapon
lagi namang gano'n;
para kaming Intsik
alanganing oras kung magkita
at nang aking makita
sa salamin ang aking mukha
ay:
nag-alis ako ng tuyong luha
nag-alis ako ng muta
nag-ahit ako ng balbas
naligo
nagkuskos
naghilod
nagconditioner-- kahit napilitan
nagmusuculine wash
nagblower ng buhok
naglagay ng mamahaling deodorant
sinuot ang pinakapitis-
ang pinakakustombre
at pinakapresentable kong
long sleeves
nagpahid ng wax sa buhok
nagbrush- up
nilawayan ang magkabilang kilay
pinakintab ko ang patulis kong sapatos
at tinignan ang aking relos
mag-aalas dose na pala halos
dadaan pa ako sa Dangwa
bibili ng bulaklak-
wala akong alam sa bulaklak
hindi ko rin maalala ang pangalan
ng lagi kong binibili
at ibinibigay sa kanya

basta marami man akong
hindi naaalala
o ayaw alalahanin
ay hindi ko malilimutan
kahit kailan
ang pangalan niya
kung paano siya ngumiti
kung paano tinatangay ng hangin
'yung buhok niyang kulot
sabi nila salot daw ang mga kulot
pero hindi 'e
hindi siya salot
siya ay swerte
swerte na nagkaroon ako ng kasintahang tulad niya:
maunawain
maalaga
maasikaso
matalino
up to the point na siya ang
nagrevise ng thesis ko--
nirevise niya rin
ang dating walang kwentang
buhay ko
mahilig nga pala siya sa chocolate
kaya dadaan muna ako sa 7-11
bibilin ko ang pinakamahal na
tsokolate doon
tsaka wine
gusto pala niya ng wine
tsaka gusto nga pala niya ng lanzones
tsaka gusto nga pala niya ng Nestle Chuckie
tsaka Marlboro Lights
ayan nabili ko na lahat
ipapark ko na lang ang kotse ko
bitbit lahat ang aking naipamili
hay...

sa wakas
malapit na uli tayong magkita
miss na miss na kita
isang taon na rin
mula nang inihatid kita
aaminin ko
humugot muna ako
ng buwelo
hindi naging madali sa akin ito
sa tingin ko
sa palagay ko
ito na ang tamang panahon
at pagkakataon;
'yun nga lang sa pagkakataong ito
hindi tayo magkikita-
at tanggap ko na
kahit kailan
hindi na
tayo
magkikita
nakakatawa
para akong tanga
dahil nasa labas
ako
at nasa loob ka
dito sa LA LOMA
pero
sa isip at puso ko
hindi ka nawala
at hindi ka mawawala
oo nga pala
dala ko rin ang walong piraso-
Marissa--
ipagtitirik kita:
*isa, apat, tatlo
mga piraso ng kandila
Marissa--
mahal na mahal kita.

ANA NERBYOSA

sa tuwing tinitignan ko sa salamin
ang wangis ng babaeng
matagal ko nang kilala-
sa tuwing binabagtas
ng aking balintataw;
ang bawat kakulangan ng hubog
ang bawat kanto ng kanyang kaluluwa
ang bawat paglilis niya;
ng kanyang makipot na baro
sa tuwing naaaninag ko
ang humpak niyang kalamnan
ang pagal niyang kasu- kasuan
ay napapaisip ako nang mas malalim
kung bakit niya iyon ginagawa-
kung bakit ko hinahayaang
paulit- ulit niya itong magawa
sa tuwing tinitignan ko sa salamin
habang kanyang tinitignan rin-
ang wangis ng kanyang kabuuan
ay may mas malalim akong napapagimpan;
si Ana-
ay nerbyosang talaga.

sa tuwing tinitignan niya ang timbangan
sapo ang dalawa niyang paa-
sa tuwing binabagtas
ng aking balintataw;
ang bawat kilo
ang bawat gramong nadaragdag
sa kanyang kaluluwa
sa bawat pag-ismid niya;
sa bawat pag-alalay ko sa kanya
sa lababo

bawat kalso paloob-
ng kanan niyang daliri
na mayroon nang kalyo
sa bawat pagkaing
kanyang isinuka-
mula nang siya ay aking nakilala-
naaaninag ko sa tuwina;
ang humpak niyang kalamnan
ang pagal niyang kasu- kasuan
napapaisip ako nang mas malalim
kung bakit niya iyon ginagawa-
kung bakit ko hinahayaang
paulit- ulit niya itong magawa
sa tuwing tinitignan ko siya sa mata
habang ako'y kanyang tinitignan rin-
may mabining katahimikan
at katotohanang
mas malalim kong napapagimpan;
si Ana-
ay nerbyosang talaga!

si Ana ay nerbyosa:
takot din siya sa tsokolate
takot siya sa kanin
takot siya sa tinapay
takot siya sa prutas-
takot siya sa gulay
takot siya sa lahat ng pagkaing lumalangoy
at sa lahat ng pagkaing may pakpak;
at sa lahat ng pagkaing apat ang paa
takot siya sa timbangan
ngunit kailangan niyang laging tignan
ang bawat pagbawas
at ang bawat pagdagdag
ang bawat guhit ng katotohanan
ang bawat guhit ng luha at hikbi
sa tuwing mapagtatanto niya;
na siya ay mas bumigat--

kahit na gumuguhit ang katotohanan
na lalo siyang nagmimistulang patpat

mas kilala ni Ana ang lababo
kaysa sa mga yakap at halik ko-
sa tuwing tinitignan ko siya sa mata
habang ako'y kanyang tinitignan rin-
may mayuming kapayapaang
hindi ko matanggap

hindi ko matanggap-
na wala itong lunas
hindi ko lang ba talaga matanggap?
o sadyang may mas malalim akong naapuhap
na si Ana-
at ang kanyang kalagayan
ay hindi ko talaga tanggap

kaya't
hindi na ako nagpanggap;
isa, dalawa
tatlong linggong singkad
ang lumipas
hindi ako tumawag
hindi ako nakipag-usap
hindi ako pumunta sa kanyang bahay
naglagalag akong parang isang kulisap
nagpatangay ako sa mapanuksong alapaap
hindi ako nakaramdam ng bagabag;
hindi ako dinalaw ng konsensya
'ika ko sa aking sarili-
hindi naman araw-araw
ay mahaba
ang aking pisi
at pasensya

ngunit
sa hindi ko inaasahan isang araw
may bigla akong nabalitaan.

at sa tuwing tinitignan ko sa salamin
ang wangis ng babaeng
matagal ko nang kilala-
sa tuwing binabagtas
ng aking balintataw;
ang bawat kakulangan ng hubog
ang bawat kanto ng kanyang kaluluwa
ang bawat kulay lila na pangalan na nakadantay
ang bawat sugat sa katawan ni Hesus
na sa krus ay nakabayubay
ang bawat adorno at bulaklak na mahalimuyak
ang bawat taong sa silid na iyo'y umiiyak
habang akin siyang minamasdan;
sa kanyang makipot na baro
sa tuwing inaaninag ko
ang humpak niyang kalamnan
ang pagal niyang kasu- kasuan
ay napapaisip ako nang mas malalim:

si Ana ay talagang nerbyosa.

takot din siya sa dilim
takot siya sa patalim
takot siyang matawag na mataba
takot siya sa panghuhusga
takot siya sa luha
takot siya sa pag-iisa
takot siya sa pagiging mag-isa
takot siyang maiwang mag-isa-
at sa lason ng lahat ng panahong
iniwan ko siyang nag-iisa
at sa lason ng lahat ng pagkakataong
dapat sana ay mas inunawa ko siya;
at sa kung anumang lason

ang hindi na niya nailuwa;
sa sarili ko ngayon- ako ang nasusuka.

pero ang lahat ay huli na;
kung bakit niya iyon ginawa-
kung bakit ko hinahayaang
sa kanyang sarili ito ay kanyang magawa
alam kong ang dahilan ay iisa
at sa tuwing tinitignan ko
sa malalim na salamin na parihaba
ang wangis ng kanyang kabuuan
ay may mas malalim akong napapagimpan;
at may nais pa akong malaman-
habang bumabatingaw ang aking konsensya
sa aking kaibuturan-
ang isang katanungan:

makikita ko kaya
si Ana bukas?
sa isang linggo?
sa isang buwan?
o baka mamaya?

at sa laki kong kahintakutan-
habang sa kanyang harapan
ay nakapako ang aking paanan
habang tinitignan ko
ang kanyang kabuuan;
habang tinitignan ko siya sa mata

sa laki kong kahintakutan-
nagkusot ako ng mata
at habang ako'y kanyang tinitignan rin-
sa kabilang panig
ng salaming parihaba;
ay may mabining katahimikan

at katotohanang
lumukob sa aking katawan!
at sa laki kong kahintakutan-
habang kaming dalawa
ay nagkakatitigan;
ang tangi kong ibinulong sa kanya
ay--

"Huwag ka namang ganyan Ana,
Huwag ka namang ganyan.

Sana Ana, ako lang ay namamalikmata-
kasi Ana, ako ay nerbyosong talaga."

at muli kong kinusot
ang aking mga mata
at bumulong ako
ng "patawad"
ng "paalam"
ng "Hanggang sa muling pagkikita."
ng-

"Ana Narvasa:
mahal na mahal kita"
ng-

"Anang Nerbyosa:
Sumalangit ka nawa."

Mifepristone, Misoprostol

walang pagsidlan ng tuwa ang puso ko
Jake;
nang makita kitang kipkip sa iyong braso
ang bunga ng pagmamahalan ninyo ni Sarah
ngayon ay ganap ka nang ama-
puno ng buhay at handa nang sumalunga
sa agos ng pagbabago at pagpapakapadre de- pamilya;
ngayon ay handa ka nang madapa
at mangudngod sa mga aral
na maaaring ituro sa iyo-
ng apat na sulok na tungkuan
labing- apat na baitang na hagdanan;
walong durungawan at limang tarangkahan
dalawang palapag na gusaling pinalitadahan-
na tatawagin mo nang sarili mong
TAHANAN.

walang pagsidlan ng tuwa ang puso ko
Jake;
nang makapagtapos ka na rin sa wakas ng hayskul
akala ko ay hindi ka na matatapos pa;
sa kabila ng lahat ng iyong mga bagsak at trobol
at mga araw na hindi ako nakapasok sa opisina
dahil ikaw ay *bring mother*
with plastic cover
walang gusot na hindi natin nalampasan-
sapagkat batid nating may lubak
ang lahat ng tinatahak nating daan.

walang pagsidlan ng tuwa ang puso ko
Jake;
nang ikaw ay lumabas sa pinto ng klinika

hawak- hawak ang iyong salawal
iika-ika--
pabukakang naglakad ka papunta sa akin
at nagwika na:

"Hindi naman masakit 'ma."

walang pagsidlan ng tuwa ang puso ko
Jake;
nang una kang naglakad
nang una kang gumapang
nang una kang bumigkas ng mga kataga
mga katagang hindi pa mawatasan-
kung paano mo unang pinalukso ang aking dibdib

nang unang beses kang nadapa-
at naagawan ng kendi
at natapunan ng *cereal* sa iyong kamiseta
nang unang beses kitang pinaliguan;
at pinalitan ng lampin
at nilagyan ng babero
at himulmol ng sinulid sa noo-

nang unang beses na ikaw ay aking pinalo
pinagbawalan at pinagsabihan
nang unang beses kitang hinalikan
sa kamay mo na may g'wantes;
sa mata at pisngi
sa iyong dibdib;

nang unang beses kitang kinalong sa aking mga bisig
nang una kitang nasilayan sa mundo
nang unang beses kong
nakita ang iyong *ultrasound*
nang unang beses kang kumislot sa aking tiyan;
nang ipinaglihi kita kay Sam Milby at Rico Yan
at sa balut na isinasawsaw ko sa *ketchup*

nang dumating ang oras ng pagtanggap—

nang makita ko ang dalawang guhit

alas tres ng madaling araw

DALAWANG GUHIT.

dalawang

guhit;

gumuhit ang luha sa aking mga mata-

HINDI PA PWEDE.
HINDI PA DAPAT.

PAALAM ANAK.

Minsan sa aking buhay;

nangarap ako

na masaksihan ang paglaki mo.

Luciong Panaginip

9:35 pm

uminom ako ng gatas
nagsepilyo ng ngipin
umihi sa *toilet bowl*
hindi ko sinapol ang pinakabunganga
nagpagpag
at tumingala
sa kisameng walang buhay
at inalala ang tangi kong pakay
salamat;
maraming salamat-
Marquis d'Hervey de Saint Denys
kung hindi dahil sa'yo
hindi kami magkakasama.

Alam mo ba?
ANG UTAK NG TAO AY MAY MAS MATAAS NA BETA- 1
FREQUENCY BAND
(13-19 HZ) ACTIVITY LALO NA SA MAY PARIETAL LOBES.

gusto mong malaman kung ano ang sinasabi ko?
ganito iyon—
pagkagaling ko sa kubeta
pagtuntong ko sa kama:

sinundo ko si Gelie sa bahay nila
kinakabahan nga ako 'e
kasi *badshot* ako sa tatay nya
actually;
badshot naman ako palagi sa kanya
wala daw akong mararating sa buhay
kasi wala daw kwenta ang kurso ko
pero katwiran ko sa kanya-

magsisikap naman ako sa buhay
at bibigyan ko ng magandang kinabukasan
ang anak niya.

tumingin ang tatay niya sa sapatos ko
nakita niyang may tahi ang swelas;
Putang-ina ko raw.

pero sinundo ko pa rin si Gelie
masaya kaming dalawa
dala ko na ang *ticket;*
pumasok kami at bumili ng *cotton candy*-
sumakay sa *Ferris Wheel*;
tumayo ako at lumuhod
binuksan ang isang maliit na kahon
tumingin ako sa kanyang mga mata
na nangingilag-
sabi ko Gelie pakasalan mo ko-
sabi n'ya hindi pa tayo nakakagraduate
sabi ko magtanan na kami at lumayo
sabi niya hindi pa siya handa;
at takot siya sa sasabihin ng kanyang ama
at sa iisipin ng kanyang pamilya
sabi ko hindi mo ba ako mahal?
sabi niya hindi raw naisasalba ang tao
ng pagmamahal lang.

olats ang *wedding proposal* ko
napurnada
kumbaga sa kotse- tumirik—

NAPANSIN NAMING HUMINTO AT TUMIRIK ANG *FERRIS WHEEL* NA KINALULULANAN NAMIN!

natakot si Gelie;
niyakap ko siya-

hinawakan ang kanyang kanang kamay
sabi ko huwag siyang matakot
kasama niya ako
nasa pinakatuktok kami;
may lumangitngit
may umugong
tunog ng nagkakaskasang bakal-
nakalas na bakal;
tumagilid na bagon;
nadistrongkang mga palitada
naglamat na salamin ng bagon
nabasag na mga salamin
tumagilid na bagon

at--
kumalas na *Ferris Wheel!*

nakakapit ako sa kanya.

subalit masyadong mataas-

nakabitiw ako sa kanya.
napakapit ako sa isang nakalaylay na bakal
nakabitiw siya sa akin.

nakita ko

nang paulit- ulit gaya ngayong gabi

kung paano siya nalaglag;
tulad ng isang manikang basahan na napuno ng *ketchup*

na inilipad ng hangin papalayo sa aking
miserableng buhay—
kasama ang sapatos kong nakatahi ang swelas

naalala ko ang paulit- ulit

na sabi ng kanyang ama:

PUTANG-INA ko raw.

pero gabi- gabi;
hindi naman kami pumapalyang magkita ni Gelie.

10:01 pm

lumipad ako papalayo sa aking silid;
nakasakay ako sa hangin-
inaabala ang pagsagwan sa mga alapaap
itinutulak ako papalayo ng mapagkunwaring ulap;
habang pinagmamasdan ko ang aking sarili
na balot ng mga lihim at hambal na pagsisisi.

Aalis muna ako.
Magkita na lang tayo mamaya.
Kailangan kong puntahan si Gelie.
Oras na ng muli naming pagkikita:

sa mundong ako lang ang may kayang makarating;
sa mundong gabi- gabi akong lumuluha at dumaraing.

sa mundo kung saan ang pagkahimbing ay ganap na paggising;

at ang paggising ay pinakakinatatakutan kong pagkahimbing.

About the Author

Kelvin G. Lansang

Kelvin G. Lansang is a PhD. in Language Education student at Philippine Normal University-Manila, currently finishing his dissertation. Also, he is teaching as a professor at the Department of Languages and Linguistics at Pamantasan ng Lungsod ng Maynila (University of the City of Manila), and at the Department of Education as a Senior High School master teacher. He has published his literary works at the Cultural Center of the Philippines and researches at The Singapore Institute of Multidisciplinary Research Professions and International Graduate Teacher Education Summit. He was named one of the Outstanding Teachers of Manila for consecutive years since 2015.